பற்றார்வம்

KANMANYIN KAVITHAI
THOGHUPPU, PAAGAM - 2

கீர்த்திகா

Copyright © Keerthiga
All Rights Reserved.

பொருளடக்கம்

பொருளடக்கம்

பொருளடக்கம்

பொருளடக்கம்

பொருளடக்கம்

ஆசிரியர் குறிப்பு

இவள் கீர்த்திகா. இளம் தமிழ் பெண் எழுத்தாளர்களுள் ஒருவராவரான இவர் தமிழ்நாட்டில், சென்னை பக்கத்தில் உள்ள திருமுல்லைவாயில் என்னும் ஊரில் வசித்து வருகிறாள். தமிழும், எழுத்தும் மற்றும் அவள் போனாவும் உள்ள துணையில் தமிழில் " **பற்றார்வம் - கண்மணியின் கவிதை தொகுப்பு, பாகம்-2** " என்பது அவளின் ஐந்தாவது படைப்பு.

மேலும் தமிழில் மட்டும் " கண்மணியின் கவிதை தொகுப்பு " என்னும் கவிதை புத்தகம் மற்றும் மூன்று படைப்புகள் கவிதையோடு இணைந்து சிறுகதைகளும், காதல் கதைகளும் கொண்டு " பூஞ்சோலை இராணி, அவன் என்னை விரும்பியிருந்தால் மற்றும் பயணங்கள் ஓய்வதில்லை " என்னும் 4 புத்தகம் தமிழிலும் மற்றும் 7-க்கும் மேற்பட்ட அந்தோலஜிகள் தமிழ் மற்றும் ஆங்கிலத்திலும் எழுதியிருக்கிறாள். இவள் எழுத்து உலகத்தில் மட்டும் இல்லாமல், யூடியூப்பாராகவும், இணையத்தில் வானொலி தொகுப்பாளனியாகவும் கூடவே சமூக சேவையிலும் ஈடுபட்டும் வருகிறாள்.

வானொலி தொகுப்பாளனியாக இருந்து, பொள்ளாச்சியில் உள்ள இணையவழி இயங்கும் வானொலியான " ரேடியோ ராண்டோ " மூலமாக உலக சாதனையில் ஈடுபட்டு " 48

மணி நேரம் இடைவிடாத பேச்சு ஓட்டத்தில் "
கலந்துகொண்டு 6 மணிநேரம் பேசி உலக சாதனையும்
படைத்தாள். மேலும் " Rainbow fm 101.4 " என்னும்
வானொலியில் ஒரு நிகழ்ச்சியில் இணைந்து
" Rj.கண்மணி " என்ற பெயரில் பேசியும் இருக்கிறாள்.

" எழுத்து, பேச்சு
     இவளின் இடைவிடாத முச்சு...

அவள் மனம் பிடுங்கினாலும்
மூளை மலுங்கினாலும்
அவள் கைகள் எழுதிக்கொண்டிருக்கும்
உதடும் பேசும்
கண்மணியாய், என்றும் அவள்!

கீர்த்திகா. "

முன்னுரை

பெயர்காரணம்:- பற்றார்வம் - பற்று + ஆர்வம்.

பற்று - ஒரு ஆண்ணோ/பெண்ணோ தனக்கென இருக்கும் காதலன்/காதலி மேல் வைத்திருக்கும் காதலையும், அவர்களுக்குள் இருக்கும் அன்பையும், ஒருவருக்கு இன்னொருவர் மேல் இருக்கும் பிடிப்பையும் கூட பற்று என்று கூறுவோம்.

ஆர்வம் - ஆர்வத்திற்கு - ஒருவர் மேல் கொண்ட ஏக்கம், கவலை என்று கூட அர்த்தம் உண்டு. இங்கு என் காதலுக்கோ அல்லது காதலனுக்காகவோ ஆவலுடன் ஏங்கி காத்திருப்பது என்று அர்த்தம் ஆகிறது.

பற்று+ஆர்வம் - பற்றார்வம், என்றால் என்னவனுக்காக/ என்னவளுக்காக தனது காதலை உயிராகவும், அவனுக்காக ஏங்கி காத்திருப்பதை, உடலாகவும் எண்ணி எழுதும் இந்த காதல் கவிதைக்கு, நான் ஏங்கி எழுதும் இப்புத்தகம் " *பற்றார்வம்* " ஆகும்.

" *பற்றார்வம் - கண்மணியின் கவிதை தொகுப்பு, பாகம்-2* "என்னும் இப்புத்தகம் கண்மணியின் கவிதை தொகுப்பு என்னும் முந்தைய புத்தகமான 100 கவிதைகளின் தொடர்ச்சியாய் அடுத்த 100 கவிதையின் தொடர்ச்சி தான் பற்றார்வம். அதுவும் ஒரு பெண்ணின் பக்கத்தில் இருந்து எழுதபட்ட 100 காதல் கவிதைகள்.

இது அவளின் கண்ணீர், சோகம், காதல், பற்று, ஆவல், ஏக்கம், அன்பு மற்றும் பாசம் என அவளின் பல பரிமாணங்களில் எழுத பட்டிருக்கும் புத்தகம் இது.

• xiv •

நன்றி

இதோ, இப்போது என் புத்தகத்தை கையில் வைத்து படித்துக்கொண்டிருக்கும் எனது வாசகர்களாகிய உங்களுக்காக என் புத்தகத்தை சமர்ப்பிக்கிறேன்.

என்னடா பொதுவாக புத்தகம் சமர்ப்பணம் என்றாலே கடவுளுக்கோ, பெற்றோருக்கோ, நண்பருக்கோ அல்லது புத்தகம் எழுத உதவியவர்களுக்கு சமர்ப்பிப்பது வழக்கம் ஆனால் என்னுடைய விஷயத்தில் சிறிது மாறுதல் இப்புத்தகத்தை எனது வாசகர்களுக்கே முதலாவதாக சமர்ப்பிக்க விரும்புகிறேன்.

இரண்டாவது மற்றும் கடைசியாய் எனது படைப்பை, அச்சிட உதவிய Notionpress-க்கும் எனது நன்றியும், சமர்ப்பணமும்.

1. மூன்று எழுத்து

காதல்..
என் கரம் பற்றி கூறியது
தன் முதல் காதலை

அந்த,
மூன்று வார்த்தைகளில்...

" நான் உன்னை விரும்புகிறேன் " என்ற
மூன்று எழுத்தில்...

2. புள்ளி..

என் காதல் எப்படி யாருக்கும்
தெரியாமல் தொடங்கியதோ...

அதே போல்,
முற்று பெற்றுவிட்டது,
கண்மணியே!

ஒரே கோட்டில் தொடங்கி
புள்ளியில் முடிவுற்றது
பாரமாய்...

3. என் காதல்...

1.

அளவில்லாமல் காதலிக்கிறேன்
உன்னை...
நீ வேறொருவரை விரும்பிகிறாய்
என்று தெரிந்தும்!

என் காதல்
உன் மேல் தொடர்கிறது.

2.

கற்பனையில் வளர்ந்த என் காதலை
உன் காலடியில்
சமர்ப்பிக்க விரும்புகிறேன்.

சிறிய பயத்தோடு!

4. உயிர்

நிறைவேறாத
என் காதலுக்காக
மண்டராடிக் கொண்டிருக்கிறேன்...

மறந்தும்,
என் காதலை கடந்து சென்று விடாதே!
உயிரையே விட்டு விடுவேன்,
கண்மணியே!

என் உயிரையே விட்டு விடுவேன்...

5. உன்னுடன்

என் கால்களை உரசிய மெல்லிய காற்றுக் கூட
உன் பெயரையே சொல்லி
என் வீட்டு கதவை தட்டுகிறது!
கண்மணி.

ஏன்?

என் நிழலும் கூட
உன் அருகில் நடக்கவே ஏங்கிக்கொண்டு இருக்கிறது
புரிந்ததாத...

சிறு புன்னகையிலும் கூட
நீயும்,
உன் பங்கும் இருக்கவேண்டும்
என்று விரும்புகிறேன்,
கண்மணியே!

இருப்பாயா என்னோடு..

6. திருமணம்

மெல்லிய
இரு புருவங்களுக்கு நடுவே..
நான் வைத்திருக்கும் குங்குமத்தில்
அவன் ஆயுட்காலத்தை முழுவதுமாக
முடிந்து வைத்திருப்பேன்!

என் உச்சி வடுகில்
உன்னையே தினமும் சுடுகிறான்,
கண்மணி
ஏற்பாய என்னை..

காலில் உள்ள மெட்டியில்
அவன் அன்பை முடிந்திருக்கிறேன்..
கழுற்றில், அதன் சாட்டியாய்
நீ கட்டிய தாழி..

தாழி மூலம்
வாழ்க்கையின் இறுதி வரை
அவனை சுமக்கும்
இன்னொரு தாயாக என்றுமே!

நான்,
உன் கண்ணம்மா..

7. மௌனம் மௌனமாய்..

பேசமாலே
இருந்து விடுவேன்..

உன்னையே பார்த்துக்கொண்டே
இருக்கும் தருணத்தில்...

ஏன், என்றால்...?

உன் பார்வையே
ஆயிரம் மொழிகள் பேசிகிறதே
இனி,
அங்கு பேச்சுகளுக்கு என்ன வேலை
இருக்குமோ!

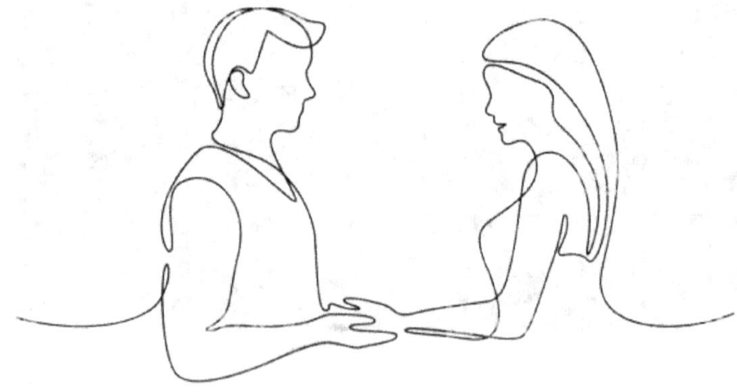

8. பேனா

ஏன்?

என் மடல் கூட..
அவனை பற்றி எழுதும்போது
நானுகிறது!

என் பேனா கூட..
உன்னை பற்றி கூறும்போது
சிலிர்ப்பி கொள்கிறது!

இன்னும், ஏன்..?

என் பேனா முனை கூட
வெட்கபடுகிறது!
உன் பெயரை கூறுகையில்., கண்மணி!

உன் பெயரை கூறுகையில்...

9. என் காதலனின் பட்டபெயர்!

எனக்கு தெரிந்த ஒன்று
பல நாள்,
எழுதி எழுதி பாரத்து இரசித்த ஒன்று...
எனக்கு மட்டுமே உரிமையுள்ள
அந்த பெயர்...

பல நாள்
நான் உன்னை..
கூப்பிட ஏங்கும் அந்த பெயர்...

அவனுக்காக
நான் மட்டும் அழைக்கக்கூடியது!

அவன்,
என் கண்மணியே!

ஆம்!
இது தான்
நான் சுட்டிய அந்த பெயர்
" கண்மணி " என்று...

கண்மணி!

அவனோ..
என் வாழ்க்கையில் வரபோகும்
அன்புள்ள இராட்சதன்

என்னாலும், கூட
அருகில் நெருங்க முடியாத
ஆண் தேவதை..!

10. முடிவு

முடிவு எடுத்துவிட்டேன்
என் காதலை கூற..

ஆனால்
என் மனதில் ஒரே நடுக்கம்,
தடுமாற்றம்,
பதைபதைப்பு..!

அன்று கண்ட பதைபதைப்பை
என்னால் வார்த்தைகளால்
வர்ணிக்கவே முடியவில்லை, இன்றும்!

ஏன்?
என் வார்த்தையும் கூட கூற மறுக்கிறது
பேனாவும் எழுத மறுத்துவிட்டது
கண்மணி!

அந்த பதைபதைப்பு என்ன என்பதை..!

11. உன் அனுமதி

கண்மணி
உன் சம்மதம் கேட்காமலே
உன் மேல் முட்டாள்தனமாக
காதலை வைத்து விட்டேன்..!

அக்காதலை
எடுக்கவும் மனசு கேட்கவில்லை
விட்டு செல்லவும் மனம் ஒப்பவில்லை
கண்மணியே!

என்ன செய்வது?
ஒரு பதிலை பரிசாக தந்தால்...
நிம்மதி அடைவேன்.

தருவாயா...
எனக்கான பதிலை
நான் எதிர்பார்த்தை போல்!

12. என் காதலோடு சிறிய பயணம்!

கருவாயா!

அவனுக்கு என்று
தனி அழகு ஒன்றுமில்லை

இருந்தாலும்
எனக்கு மன்மதனே!

அவனை தினமும் ஒரு முறை
பார்த்துவிட்டால்
கும்மாளம் தான் மனதுக்குள்..

ஏன்!
என் மனதில்..
இடியும், மின்னலும் மாறி மாறி தாக்கி
என் இதயத்தை
அறுத்து எடுத்துக்கொண்டான்.
இருந்தாலும்,
வலிக்கவில்லை எனக்கு, ஆனந்தமே!

பார்வை!
உன் ஒர் பார்வை

ஆயிரம் வலிகளை மறக்கடித்தது
அவன்,
விழியின் அழகிற்கு முன்னால்..

கைகளை பிடிக்கவில்லை என்றாலும்
என் மனதை
அவன் கையிலே கொடுத்துவிட்டேன்

பேசவில்லை என்றாலும்
என் மனம்..
அவன் மௌனத்துடன் நடனம் ஆடுகிறது!

அவனுடன்,
என் நினைவு என்று
சொல்லிகொள்ள எதுவுமில்லை
அவனை பார்க்க விட்டால்...

ஆனாலும்
அவனை பார்த்த நொடிகளை
நினைத்து நினைத்து அகமே மலர்கிறது!
அவனை பார்காத நொடிகளில்...

அவனை,
ஒரு நாள் காணவில்லை - என்றதும்!
மதி மயங்கி,
உன்னையே தேடி தேடி சுத்துகின்றது

இருந்தாலும்,
நீயோ பார்க்கக்கூட மறுக்கிறாய், கண்மணி!

கொஞ்சம்
என் காதலுக்கு செவி சாய்ப்பாயா
கண்மணி!
நான் கூறுவதை கேட்டுவிட்டு..!

'' விண்மீன் கூட்டத்திற்கு இடையே

என் காதலை சொல்ல விரும்பவில்லை.

உன் கண்களை மட்டுமே
பார்த்து கூற விரும்புகிறேன்! "
ஏற்றுக்கொள்வாயா...

உன் காதலை
இல்லை இல்லை, உனக்கான காதலை..!

13. மௌனமாக விட்டேன் நான்.

அவன்,
என்னை பார்த்து கொண்டிருந்தான்
என் பார்வை
அவனை விட்டு விலகும் வரை..

என் முகம் மூடப்பட்டு இருந்தாலும்
நான் சிரித்துக்கொண்டிருந்தேன்,
வெளிப்படையாய்...
என் முகச்சுருக்கத்தை பார்த்தால் புரிந்திருக்கும்!

நான் மனத்துக்குள்ளே
சிரித்துக் கொண்டிருந்தேன் என்று!

ஆனால்,
அது நிலைக்குமா, நீடிக்குமா..
என நினைத்தவுடன் மௌனமாகிவிட்டது!
கண்மணியே,
என் மனம்!

14. காத்திருந்தும் காதல் இல்லை

காத்திருப்பு
சுகம் என்று தெரிந்தாலும்

என் காத்திருப்போ
வீணாகி விடுமோ என்ற அச்சம்
மிகுதி கண்மணி!

பேசா..
ஆயிரம் வார்த்தைகள் பேசி வைத்திருந்தாலும்
உன்னிடம் என்று வரும்போது
பேச வார்த்தைகள் கிடைக்கவில்லை

ஏன்?
எழுதி வைத்த வார்த்தைகளும்
மறைந்தே நிற்கிறது!

பார்வைகள் கூடிவிட்டது
நேரமும் கூடிவிட்டது
ஆனால்,
அது எனக்கானதா..
என்பதே கேள்விக்குறி — கண்மணி!

சொல்ல ஆசை இருந்தாலும்
பயமும் சேர்ந்து வந்து நிற்கின்றது!
என்னமோ..
என் காதலன் போல...

விடு.. விடு.. சிறிது நகைத்து கொள்
என் நிலைமையை பார்த்து!

15. யுக யுகமாய் காத்திருப்பேன்

அவனுக்காக
யுக யுகமாய் காத்திருந்தேன்
என், பல கனவுகள்
சிதைந்திருந்தாலும் கூட...

கடவுள் இல்லை
என்று கூறும் என்னை
அவன் கிடைக்க வேண்டும்
என்ற ஒரே காரணத்தால்...

என்னிடம் மீதம் உள்ள
மொத்த நம்பிக்கைகளையும் - வைத்துக்
கேட்டுவிட்டேன், உன்னை..

அங்கு சத்தமாக
கேட்க தெரிந்த எனக்கு
உன்னிடம்,
மௌனமாய் கூட கேட்க முடியவில்லை

இருந்தும்!
ஏன்? என்று பிறர் கேட்டால்..
சொல்ல கூட மனம் விரும்பவில்லை

ஏனென்றால், என் மனம்..!

அவன் எனது என்று
முடிந்து வைத்துவிட்டேன்!
கண்மணி

அவன் எனதே என்று!

16. அவன் நினைவுகள்

என் காதில் பாடல்கள் ஒலிக்க
மனதில் கானங்கள் உணர
நினைவோ.. - உன்னை பற்றியே
நினைத்துக் கொண்டிருக்கிறது!

அந்நினைவு,
அகண்ட வானில்
அழகாய் உலா வரும்
நட்சத்திரங்கள் போல மின்னுகிறது!

அது
அவள் முகத்தில் இருக்கும்
பொட்டு போல அழகாய் மின்னுகிறது!

வெறும் ஒப்பனைக்காக
உன்னை நான் விரும்பவில்லை
தொலைவிலிருந்து,
உன்னை பார்த்து இரசித்து
கண்ணீல் மறைத்து
மௌனத்திலே, உன்னை காதலித்தேன்

விரைவில்..,
உன்னிடம் வருவேன், கண்மணி!

17. கனவுகள்

கற்பனையிலே
அவனோடு வாழ தொடங்கிவிட்டேன்!

பல கனவுகளோடு
உன்னை,
என் வாழ்க்கையில் எதிர்பார்த்து காத்திருக்கிறேன்
வந்து விடுவாயா, எனக்காக...

வந்துவிடுவாய் என காத்திருக்கிறேன்
நீ வரும் வரை, கண்மணியே!

வந்து விடு...

18. ஈதமான காதல்

உன் மேல் கொத்து கொத்தாக
வைத்திருக்கும் அன்பு - மொத்தம்

ஈதமான காதலாய் மாறி
உன் அன்பிற்காக
கை ஏந்திக்கொண்டு நிற்கிறது
கண்மணி!

கிடைக்குமா,
நான் எதிர்பார்க்கும் அன்பு
உன்னிடத்தில்...

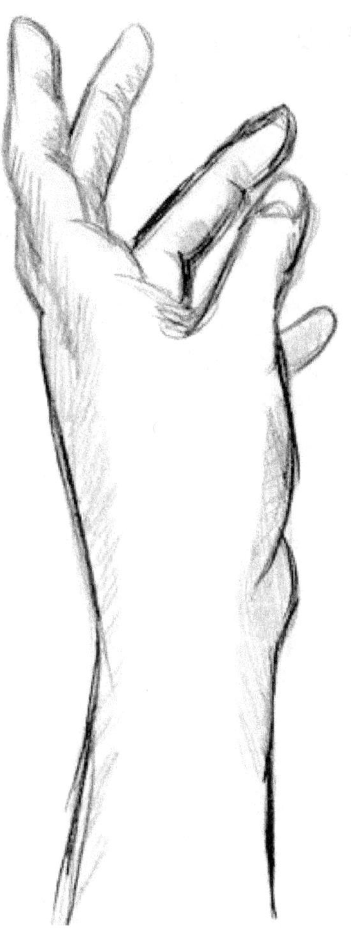

19. கண்மணி

அவன்...
என் வாழ்க்கையின் அங்கமாகிவிட்டேன்!

பலரும்,
என்னை " கண்மணி " என்றே அழைக்கிறார்கள்
உனக்கு - நான் வைத்த பெயரில்
என்னை கேட்கிறார்கள்.

நீ..
அவள் வாழ்வாய் ஆகிவிட்டாய் கண்மணி!

ஆனால்,
கண்மணி - என்னால் நீ உருப்பெற்றாய்

மனிதனாய்,
கவிதையாய்,
கதையாய்...

ஏன்?
என் காதலனாய் கூட..

எனக்கு
அவன் ஆறுதலாகவும் மாறிவிட்டான்
என் துணையாகவும் மாறிவிட்டான்

இருந்தாலும்,
அவன் சென்றுவிட்டான், கண்மணி!

என்னை பரிதவிக்கவிட்டு..!

20. முற்று புள்ளி வைத்துவிடு கண்மணி!

தினமும்
புது புது கனவு..
உன்னை பற்றி நினைத்துக்கொண்டே!

என்று தான்..
அந்த புத்தம்புதிய கனவுகளுக்கு
முற்றுப்புள்ளி வைப்பதோ..
என்பதே தெரியவில்லை!

வேண்டும் என்றால், கண்மணி!

நீயே முற்றுப்புள்ளி
வைத்துவிட்டு சென்றுவிடு...

ஏனென்றால்,
நான், என் உயிரையாவது மீட்டு எடுப்பேன்
உன்னிடமிருந்து!

இல்லையென்றால்,
அதுவும் என்னிடமிருந்து விலகிவிடும்
கண்மணியே!

அவள்,
ஒன்றுமில்லை என்று!

21. மௌனம் காப்பது ஏன் கண்மணி?

அமைதியான வீதிகள்
வழிகள் எங்கும் என் விழிகள்
பார்வை அனைத்தும் உன் முகம்
பார்த்ததும்,
சிறு புன்னகை!

மறந்து போன வரிகள்
மறந்தும் கிடைப்பதில்லை
தெரியாமல் அவள்...

மறைந்திருந்த அவன்
இருப்பது எனக்கு தெரியவில்லை
புதிர்போட்டு வைத்துக் கொண்டேன்
கண்மணியே!

விடையை தெரியாமல்...

உனக்கு தெரிந்தும் மௌனம் காப்பது
ஏன்? கண்மணி!

வினாவே தெரியாமல்
மௌனம் காக்கிறேன் அவள்...

உனது மௌனத்தை கலைப்பதற்கு,
மட்டுமே!

இருந்தும்
உன் மௌனம் கலைக்கிறதா?
தெரியவில்லை, கண்மணி

22. நிலா!!

மனமில்லாமல்,
இன்று சேலை அணிந்தேன்
அவனுக்காக..
அவன் பார்ப்பதற்காக!

நீயோ..!
பார்த்துவிட்டால்
நான் சேலை அணிந்தற்கு காரணமோ
வெற்றி பெற்றுவிட்டது!

ஆனால்,
அவனுக்காக
ஒரு காலை முழுவதும் காத்திருந்தேன்
உன் அழகான ஒளி
என் மேல் படவேண்டும் என்று!

நிலா!!

23. சிறு நொடி பேசி விட்டேன்

ஒரு நொடியாவது
உன்னுடன் பேசிடவேண்டும்
ஏன எண்ணினேன்!

ஆனால்,
சிறு நொடி கண் பார்த்து
ஒரு முறை அவனோடு பேசி விட்டேன்

என் ஆயுள் முழுவதும் இதுவே போதும்!
எந்த ஒரு எதிர்பார்ப்பும்
இல்லாமல் வாழந்துவிடுவேன்.

உன்னை தவிர, கண்மணி!

24. ஏன்? நானோ, என் காதலோ புலப்படவில்லை

ஏன்?
இன்னும் அவன் பார்வைக்கு
நானோ!
என் காதலோ புலப்படவில்லை..

ஏன்?
அவன் கண்கள்
என்னை தேட மறுக்கின்றது!

ஆனால், நான் மட்டும்
அவன் குரலை கேட்டதும் ஓடுகிறேன்
அவன் தானா என்று கூட தெரியாமல்..

அவனை தேடி
என் உள்ளம் பதறுகின்றது
அவனுக்கு அப்படி தோனாதா..!

தினமும்,
ஒரு முறையாவது பார்த்துவிட முடியாதா!
என ஏங்குகிறது மனம்
இருந்தாலும்,
அவன் குரலை மட்டுமாவது

கேட்டு நிம்மதி அடைகிறது, என் மனம்!
விழி ஓரத்தில் கண்ணீருடன்,
இதழில் சிறு புன்னகையுடன்
என்றுமே!

நான்.. கண்மணி!

கேட்டு நிம்மதி அடைகிறது, என் மனம்!
விழி ஓரத்தில் கண்ணீருடன்,
இதழில் சிறு புன்னகையுடன்
என்றுமே!

25. அன்று இருவருமே சந்திக்கலாம்

அவன் மறுத்துவிட்டான் என்பதுக்காக..
நான் சென்று விடுவேன் என்று நினைத்தாயோ!
கண்மணி..

அவனே மறுத்தாலும்
என் நிழலும்,
அவன் பின்னே நிழலாக தொடரும்,
கண்மணி! மறவாதே!

அவன் விருப்பத்திற்க்காகவே
ஒதுங்கி நிற்கிறேன்!

அதே விருப்பத்திற்க்காகவே
நான் அவனை காதலித்தேன்
அவனே மறுத்தாலும்,
என்றோ ஒரு நாள்..
என் தேவை
அவன் தேவையாக இருக்கும்

அன்று சந்திக்கலாம் இருவரும் காதலோடு!
அதுவரைக்கும்
என் நிழல் கூட.. திரும்பி

என்னிடம் வர மறுத்து நிற்கிறது!

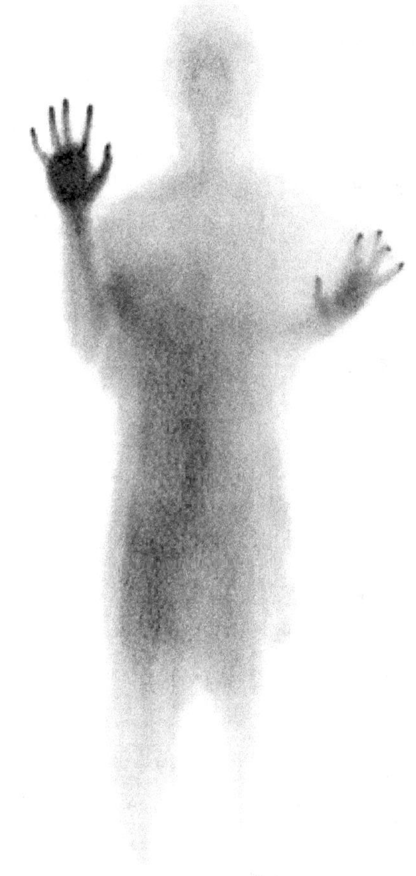

என்னிடம் வர மறுத்து நிற்கிறது!

26. புதிய மொழிகள்!

புது வருடம் இன்று!

இன்றுமே,
அவன் நினைவே
என்னை காதலாய் வாட்டுகிறது — கண்மணி!

அவன் விருப்பமில்லை என்று
கூறியதில் இருந்து
அவன் மேல் உள்ள காதல்
துளியும் குறையாமல் அதிகமாகிறது!

ஆனால்,
சிறு வருத்தம் அவன் மறுத்திற்கு
சிறு கோபம் உன் மறுப்பிற்கு
காரணம், தெரியாமல்...

மறுத்தாலும், இன்றளவும்..
அவன் சிறு பார்வையே
என்னையும், என் காதலையும்
சுவாசிக்க வைக்கிறது, - கண்மணி!

முழுசாக,
என் சுவாசம் பறிபோகும் முன்!
அவன் வருவான் என்று எதிர்பார்க்கிறேன்

அவனின் தெரியாத வருகைக்காக...

• 49 •

அவனின் தெரியாத வருகைக்காக...

27. விலகிவிட்டான் அவன்.

அவன் சென்றான் என்னைவிட்டு
ஆனால்,
கண்ணீர் வரவில்லை!

இருந்தாலும்,
என் கண்ணீருக்கு, பேனாவும்!
வலிக்கு, என் எழுத்துகளும்!
துணையாக தனிமையும்!
உன் நினைவிற்கு
துணையாக பாடல்களும்! — நிற்க...

அதை வைத்தே மீதி காலத்தை
நானும்,
உன் மேல் கொண்ட காதலும்
வாழ்ந்து விடும்!

என்று கூறியபடியே அவளின் மனம்.
கண்மணியே!

Stay

28. என்னிடம் வர மறுக்கிறது

கண்களோ,
ஆயிரம் முறை தேடினாலும்
மனமோ,
எதையுமே எதிர்பார்க்காமல்
அவனை மட்டும் தேடுகின்றது, - கண்மணியே!

என் மனமோ,
அங்கே, இங்கே சுற்றி சுற்றி
உன்னிடம் வந்து கடைசியாக நின்றுவிட்டது!

திரும்பி என்னிடம் வர மறுத்துவிட்டது!

அவன் இல்லாமல்
என்னிடம் வர மறுத்துவிட்டது,
கண்மணி!

29. முடிக்க விரும்பவில்லை

முடியாத ஒன்றை..
புள்ளி வைத்து தொடங்கிறது
அவள் மனம்!
அது ஏனோ?
அவன் எது பார்த்தாலும்
என்னை பார்ப்பது போலவும்

அவன் பேசினாலும், என்னைபற்றி
தான் பேசுகிறாய் என்றும்!
தோன்றுகிறது!

மாயமாக உள்ளது கண்மணி
உண்மை புரியாமல்..
ஆனால்,
என் மனமோ..
புள்ளி வைத்து தொடங்குது!

அவளோ..
என் மனதுடன் சேர்த்துக்கொண்டு
கமாப்போட்டுகொண்டே போகிறது!

அது, ஏன்? கண்மணி...!

30. என் முதல் வாசிப்பாளர்!

என் முதல் வாசிப்பாளராக
என் கவிதைகளை
நான் எழுதிய கவிதைகளை
என் மனதுக்கு பிடித்த ஒருவனே
வாசித்துவிட்டான்.

ஆமாம்,
என் கண்மணியே வாசித்துவிட்டான்

அவனுக்கு,
என் கவிதைகள் பிடித்துவிட்டது

அவனே கூறுவது போல் கூறிவிட்டு
மறுத்துவிட்டான், என்னிடமே!

ஏன்?
கண்மணி மறைக்கிறாய்
எது உன்னை தடுத்தது.

அது,
உன் மௌனத்தை விட முக்கியமா!
என் கோபத்தை விட வலிமை வாய்ந்தாத..

என்னிடம்

உண்மையை கூறினால், முடிந்துவிடுமே!
ஏன்

புள்ளிகள் வைத்துக்கொண்டே செல்கிறாய்..
முடித்துவிடு! உண்மையை கூறி...!

31. முதல் வாசிப்பாளன், அவன்.

மறைத்து வைத்து அவள் காதலை
கூறிவிட்டால், கண்ணம்மா!

ஆனால்,
அவனோ மறுத்துவிட்டான்
காரணம் ஏதும் கூறாமல்...

அவளும், ஏன் என்று கேட்கவில்லை

முற்று பெற்ற அவளின் காதல்
மறுப்புடன் முடியவில்லை...!

மீண்டும், இருவருமே
புள்ளிகள் வைத்தும், கோடுகளிட்டும்
தொடங்கிக்கொண்டே போகிறது!

அற்புதமான தொடக்கமாக
அவளின் காதலில் ஒரு அழகிய தருணம்...

அவளின் புத்தகத்தின்
முதல் வாசிப்பாளராக..
அவனே மாறிவிட்டான்!

அவளுக்கு, அவள் கண்மணி..
முதல் காதலனாகவும்
முதல் வாசிப்பாளராகவும்,
இரசிகனாகவும், மாறுகிறான்!

விரைவில்...
மணங்கள் இணைய காத்திருக்கிறது!

வாய்ப்புகளை நோக்கி..

32. சொல்லிவிட்ட காதல் முற்று பெறுவதில்லை!

காதலை சொல்லாவிட்டால் முற்றுபெறும்
என நம்பியிருந்தேன்!

இங்கு,
சொல்லியதன் மூலம்
வடிவம் பெற்றுவிட்டது.

வேண்டாம் என்று
அவன் சொல்லிருந்தாலும்
வேண்டும் என்று
மனம் சொல்லிவிட்டதோ, என்னமோ..!

தினமும் பேசுகிறான்,
ஆம் கண்ணீல் மட்டுமே
தினமும் பார்க்கிறான்,
ஒரு முறையாவது!

கண்ணீல் படவேண்டும் என்று
கத்தி பேசுவது போலவும்!
என் மனம்,
கற்பனையில் ஊர்வலம் செய்து வருகிறது
மணமகளே இல்லாமல்...

ஒரு வகையில்
காதலை கூறாமல் இருப்பது சுகம் என்றால்..

சொல்லி..
மறுத்த பின்னும்

நினைவில்..,
அவன் காதலை சுமந்து கொண்டு வாழ்வது
ஓர் அழகான உணர்வு!

அதை,
வார்த்தையால் பேசிவிட முடியாது!
எழுத்துகளால் எழுதிவிட முடியாது!
ஏன்?
என் எழுதுகோலால் நினைக்கூட முடியாது!
என் அழகான முற்றுபெறாத காதலை...

என்னால் மட்டுமே உணர முடியும்,
பார்த்திட முடியும்
பழகி விடவும் முடியும், கண்மணி!

33. மாயக் கண்ணன்

வெட்கம் என்றால் என்ன?
என்று கேட்டு திரிந்த என்னை?

அவன் எதிரே வந்ததும்
தலை கவிழும் என் முகமும்,
சிரிக்கும் என் உதடும்
வெட்கம் என்று புரிய வைத்தான்.

அல்லது,
எதிர், எதிர் திசையில் சென்றாலும்
முகத்தை கூட
பார்க்க முடியாத நிலைமை தான், வெட்கமோ..!

உணர்வுகளே அற்ற என்னை
உணர்வுகளால் அரிய வைத்தாய்
உன்னிடம் காதலுடன் வந்த என்னை
மாற்றிவிட்டாய்..

மாயக்கார...!

34. வேறொத்தி முந்தி விட்டாள்!

அவன் மறுத்த அன்றே
" உன் வாழ்க்கையில்,
வேறொரு பெண் இருக்கிறாள். "
என்று கூறி இருந்தால்

அன்றே,
நான் சென்று இருப்பேன்
அவனை மறுக்க முயன்று இருப்பேன்!

ஆனால்,
இன்று அவனை
வேறொருவளுடன் பார்த்ததுமே
நான் சிதறிவிட்டேன், கண்மணி!

அவள் தான்
உன் காதலி என்று தெரிந்தவுடன்
நொறுங்கிவிட்டேன்! கண்மணி!

ஏன்?
அவள் உன் மனைவி என்றதும்
இறந்தே விட்டேன் மனதளவில்
ஏனோ..

உடல் மட்டும் உலாவிக்கொண்டிருக்கிறாள் - அவள்
கண்ணீர்களுடன்...

35. உன் காதலை வென்று வா!

நினைக்கையில் கண்ணீர் ததும்பிகிறது!
ஆனால்,
வெளிப்பட மறுக்கிறது!

நிமிடத்திற்கு
ஒரு முறை வலித்தாலும்
நொடிக்கு ஒரு முறை கண்ணீர் வருகிறது
அவனை நினைக்கையில்...

முடிவடைந்தது
என் காதல் யாருக்கும் தெரியாமல்...
ஒரு பக்கம் பிரித்துவிடலாம் என்று யோசித்தாலும்

இன்னொரு பக்கம்,

அப்படி நினைவு வந்தாலே!
என் காதலோ செருப்புக்கு சமம்
அப்படிப்பட்டது,
என் காதலாக இருக்காது,
இருக்கவும் முடியாது

உண்மையான என் காதலுக்கு அழவுமில்லை

பலரால் அறிவதுமில்லை!
இன்று, என்னுடன் புதைக்கப்படுகிறது
ஆனால்,
அவளும், அவளின் காதலும்
புதைந்த காதலுக்கு துணையாய்
பூக்கும் செடியாய்
மலர் விட்டு பூத்து குலுங்கும்
கண்மணி!

நீ சென்றுவா,
உன் காதலை வென்று வா!
கண்ணமாவிற்காக,
என் காதலுக்காக...

நான் அதை பார்க்க காத்திருப்பேன்
கண்ணீர் கலந்த ஆனந்தங்களுடன்..!

36. காதல் பரிசு

அன்று!
வெட்கத்தை புரிய வைத்தவன்

இன்று!
காதல் தோல்வியை
அரிய வைத்து விட்டு சென்றுவிட்டான்.

இருந்தாலும்..
அதன் வலி,
அவன் இல்லையென்ற ஏக்கம்
கூடவே, கொஞ்சம் கண்ணீர்...

என் காதலுக்கு
பரிசாக தந்துவிட்டு சென்றான், அவன்.

37. உன் ஊமை காதலி

எனக்குள் பல கேள்விகள்??

உண்மையாய் நேசித்த பின்னும்
ஏன்?
என் காதல் வெற்றி பெறவில்லை
என்ற கேள்வி தான் அது!

ஏன்? என் காதல் பொய்யா?
அல்லது,
நானே பொய்யா?

இல்லை...,
இது எல்லாம் காலம்
என்னிடம் நடத்தும், ஓர் ஊமை நாடகம்
அதில்,
நான், உன் ஊமை காதலி...

38. அமைதியாகிவிட்டேன் நானே!

வலித்து வலித்து
மனமோ வலிகளுக்கு பழகி விட்டது

மறுபடியும் நினைத்தாலும்
என் மனம்
வெளியே சிரிக்கவும் பழகி விட்டது!
ஆனால், உள்ளுக்குள் கதறி அழுகிறது!

அன்று
அவனை பார்க்க துள்ளி சென்ற என் மனம்

இன்று,
நான் ஏன் என்று என்னையே கேட்கிறது!

முன்பெல்லாம் சத்தம் என்றதும் ஓடும்,
என் மனம்.
இன்று, அமைதியாய் அமர்ந்து விட்டது.

ஆனால்,
என் உயிர் மட்டும்
அவனிடமே சென்று காத்திருக்கிறது
அந்த ஒரு நாளுக்காக உண்மையே தெரியாமல்...

அது நினைக்கிறது!
என்றோ தன்னை வந்து அள்ளி எடுக்கும் என்று...

• 73 •

பாவம் தான் கண்மணி
என் உயிர்...!

39. இறுதி மரியாதை

என்றோ... ஒரு நாள்
அவன் கல்யாணத்தில் கண்ணீர்கள் ததும்ப...
உதட்டில் சிறு புன்னகையுடன்
அமர்ந்திருப்பேன்!

அவன் அருகில் மணபெண்ணாக இல்லை.

என்றோ ஒரு நாள்
அவனை காதலித்த பெண்ணாகவும்
அவனுக்கு தெரிந்த பெண்ணாகவும்
ஏதிரில்..
அவன் ஏதிரில் அமர்ந்திருப்பேன்!

அவனை இறுதியாக பார்த்துவிட...!
கடைசியாய்,
அவனின் கண்ணமாகவும்
அவன் அருகில் நின்ற சிரிப்பேன்
என் காதலுக்கு
இறுதி மரியாதை செலுத்திவிட்டு!

40. அவன் ஆனந்தம், என் ஆனந்தம்!

நீ என்னை மறுத்து விட்டாலும்
உன்னை பிரிந்து சென்றால் மனம் வலிக்கின்றது!

உன்னை
ஒருமுறை பார்த்திருந்தால்
மனம் அமைதியாய் சென்று விடும்
ஆனால்,
அவன் பார்க்கவில்லை!
மனமோ ஏங்குது

இருந்தாலும்,
உன் நினைவால்...
மனம் மௌனமாய் நிற்கிறது!

அவன் அங்கு
தன் காதலுடன் ஆனந்தமாய் வாழ்கிறான்

ஆனாலும் கண்மணி!
அவன் ஆனந்தமாய் இருந்தால்...
என் மனம் வலியிலும் சிரிக்கும்.

ஆனந்தமாய் இரு...

என் மனம்
உன்னை வைத்து சிரித்துக்கொள்ளும்!
மனமும் அதையே விரும்பிகிறது
உன் மகிழ்ச்சிக்காக... வாழ...

இன்று!
என் மகிழ்ச்சியை,
நான் மறைத்து வைத்திருந்தாலும்!

அவன் மறுப்பிலும்
ஒரு சுகம் உண்டு!
அது கொடுக்கும் வலியிலும்
ஓர் இன்பம் உண்டு!
காத்திருப்பிலும் சுகம் உண்டு!

என் மனதிற்கு!

41. உன்னை காதலித்தவளாய் அல்ல..

வேண்டாம் என்று கூறி சென்றாய்
வேண்டும் என்று தான்
நான் நிற்கிறேன், ஆனதாய்...

உறவு வேண்டும் என்றிருந்தால்
நானும்,
நீ மறுத்த அன்றே சென்றிருப்பேன்
ஆனால்..,
எனக்கு நீயும்,
உன் அன்புமே தேவைப்பட்டது
அதனாலே நின்று விட்டேன்...
நீ வருவாய் என..!

மீண்டும் வர நினைத்தால்
நீ மறுத்த இடத்தில் தேட
அங்கு,
என் அன்பு மட்டும் கிடைக்கும்
நான் இருந்திருக்க மாட்டேன், கண்மணி!

உன் நினைவில்,
எங்கேயோ வாழ்ந்து கொண்டிருப்பேன்.

தேடி வா...
கிடைத்து விடுவேன்!
கிடைக்கவில்லை என்றாலும்
மீண்டும்,
பிரிந்த இடத்திற்கே வருவேன்
உன் காதலியாய் அல்ல

காதலித்தவளாய் அல்ல
கண்ணமவாய்...!

42. என் இதயம் போதும்!

இரசித்தேன்..!
உன்னையே மறந்து இயற்கையை

ஆயிரம்பேர் இருக்கும் கூட்டத்தில்
நீ தான் வேண்டும் என்பேன், நான்.

ஆனால்,
இயற்கைக்கு முன்னால்...
நீயும், இயற்கையும் ஒன்று தான், எனக்கு!

இரசித்திட...
ஆயிரம் வழிகள் இருந்தாலும்
நேசிக்க, ஒரு இதயம் போதும் அல்லவா..!
அது ஏன்,
என்னதாக இருக்கக்கூடாது?

நம் வாழ்வின்
முழு காதலுக்கு
என் ஒரு இதயம் போதும்
என்று நானே நினைத்துக்கொண்டேன்.

ஏன்?

உன் பிரிவிலும்

சுகம் ஒன்று கண்டு விட்டேன்!
அதில், நீ மட்டும் என்ன வீதி விளக்கா ..
கூறு கண்மணி!

• 82 •

நாம் வாழ..
இரண்டு இதயங்களே போதும்
எழ் ஏழு சென்மம்மத்துக்கும் வாழ...
வந்துவிடு கண்மணி
எனக்காக...

பார்த்திருப்பேன் நான் உனக்காக..
உன் வார்த்தைக்காக,
கண்மணி!

43. மறந்துபோனேன் என்னை!

நீ மறுத்து சென்றாய்
நான் மறந்து செல்கிறேன் உன்னை அல்ல...
என்னை!

விரும்புகிறேன் என்று கூறிய என்னை
மறுத்துவிட்டாய் நீ.

ஆனால்,
வெறும் வார்த்தைகளால் கூறவில்லை
மனதார கூறிச் சென்றேன்!

நீ விட்டு சென்றாலும்
நான் உன்னை
வெறுத்திருப்பேன் என்று நினைத்தாயோ

அது தான் இல்லை
முன்பை விட அதிகமாய் நேசித்துவிட்டேன்
உன் சமதமே இல்லாமல்,
கண்மணி!

44. கனவு ஒன்று கண்டேன்

கனவு ஒன்று கண்டேன்
அவன் மேல் கொண்டு காதலால்

என் வாழ்வில் என்றும் நடக்காத நிகழ்வை
இன்று..
நானாகவே கற்பனை செய்கிறேன்

' கற்பனை செய்யாதே '
என்று என்னையே தடுத்தும் பார்த்தேன்
ஆனால் முடியவில்லை
சரி! நடப்பவை நடக்கட்டும் என்று விடுவதா..

இல்லை
மதி என்று தடுப்பதா...
புரியவில்லை, கண்மணி!

45. முற்று பெறவில்லை என் காதல்

இன்றோடு...
என் காதல் கண்மணி, இறந்துவிட்டான்!
என் கற்பனையில் மட்டுமே

அவன் இறந்தாலும்,

என் கவிதையிலும்
என் உயிர் உள்ளவரை மனத்திலும்
உயிர் வாழ்வான்.
காதலனாக இல்லை,
உயிராக!
கண்மணி!

என் வாழ்வில்,
நீ முற்றுப் பெற்றுவிட்டாய்

என் காதல்,
ஒரு தலையாகவே முற்றுபெறும்
என்று நினைத்து கூட பார்த்ததில்லை
அதற்காக,
அவன் மேல் குற்றம் கூற வரவில்லை

நான்,

என் பார்வை மேல் குற்றம் சாற்றுகிறேன்!

கண்மணி

காதலனாய் முற்று பெற்றாலும்

முற்று பெற்றதில்லை என் காதல்,

இறுதிவரை!

நீயும் சரி,

என் ஒரு தலை காதலும் சரி

என் உயிருள்ளவரை வாழும்

என் மனதிலும்

என் பேனாவிலும்,

என் எழுத்திலும் மறையாமல்...

46. வேண்டுதல் பலிக்குமா..

கடவுள் இல்லை என்று கூறிய நான்
உன்னால்...
நீ வேண்டும் என்பதால்
என்னிடம் உள்ள மீதி நம்பிக்கை
எல்லாம் சேர்த்து வேண்டினேன்!

ஆனால்..
நடப்பதற்கு வாய்ப்பில்லையோ..!

ஏன்?
இன்று கூட..
என் மனம் வேண்டி கொள்கிறது
உன்னைபற்றி
பிறர் கூறி கேட்ட அனைத்தும்
பொய்யாக இருக்க வேண்டும், என்றும்!

நான் கேட்டது ஒன்று தான்

உன் வாயில் இருந்து கேட்டது மட்டும்
எனக்காக உண்மையாக இருக்கக் கூடாது என்று!

அந்த வேண்டுதல் பலிக்குமா,

காத்திருப்போம்!

47. இருபது வயது பறவை

சிறுவயதில் இருந்தே!
யாராலும், சிறைபிடிக்க முடியாத, என்னை!

இன்று... நீ
உன் ஒரு பார்வை வைத்தே
இந்த இருபது வயது பறவையை
சிறைபிடித்து விட்டாய் கண்மணி, நீ!

அன்று!
உன் பார்வையில் விழுந்த நான்.

48. உன் தன் ஞாபகங்கள்!

காலங்கள் கடந்து ஓடினாலும்

ஏன்?
அறுபது வயது ஆனாலும்
உன்னை பார்த்த இன்பத்திலே
வாழ்ந்து விடுவேன், கண்மணி!
நான்...

மீதி காலம் முழுதும் சலிக்காமல்

உன் தன் ஞாபகத்தில்..

என்றும்!
நான் உன் கண்ணம்மாவாய்
மலர்வேன்டா!

49. பழைய கண்ணம்மா

ஒரு நாள்..

நீ வருவாய்

அன்று,
நான் இங்கு இருக்கமாட்டேன்
எளிதில் உனக்கு கிடைக்கவும் மாட்டேன்

ஆனால் ஒன்று,
உண்மையில் உன் மனது
என்னை தேடியிருந்தால், கிடைப்பேன்!

ஏனென்றால் வலிக்கிறது
உன் பார்வை,
என்னை இழக்காரமாய் பார்க்கையில்..

இருந்தாலும்,
அந்த வலி எனக்கு என்னையே
பழைய கண்ணம்மாவை தேடி போ,
என்றது!

நாளை
அவள் பழைய கண்ணம்மாவை
தலை நிமிர்ந்து நிப்பால்...

அன்று,
நீ குனியும் படி!
ஆனால், அது ஆணவம் இல்லை

அதே பழைய திமிறோடு
உன் கண்ணம்மா, என்றுமே!

50. வலி

நேசித்தவரை
வேறு ஒருவருடன் பார்க்கிற தருணம்
உயிர் இருந்தும், பிணத்துக்கு சமம்!

வெளிப்படையாய்...
இவன் தான்,
என் காதல் என்று கூறவில்லை
இவன் தான்,
என் வலிகளுக்கு காரணம் என்று
பழிகள் போட விரும்பவில்லை.
சாய்ந்து அழ மடியும் கிடைக்கவில்லை

நீ தான்,
என் காதல் ஊருக்கும் தெரியாமல்
வெளிகாட்டிக்கவும் முடியாமல்
மறக்கவும் முடியாமல், கண்ணீருடன் நான்!

முட்டாள் தனமாய்
தோற்றுபோன என் காதலுக்காக
வீதியை பார்த்துக்கொண்டே அமர்ந்திருக்கிறேன்,
கண்மணி!

நான் சொன்னது,
நீ பதில் பேசியது,

எல்லாம் கனவாய் இருக்கக்கூடாதா!
என்று தினமும் வேண்டுகிறேன்
இல்லை என்று தெரிந்தும், கண்மணி!

என் அழகிய கனவு முடியும்வரை!

51. பார்வையே மருந்து

கண்மணி!

உன் ஒரு ஓரவழி பார்வைக்காக
நான் ஏங்கி வாடுகிறேன்!

இப்போதைக்கு
நீ மறுப்பது கூட
எனக்கு வலியில்லை
உன் ஒரு பார்வை, என்னை பார்க்காத
என்ற ஏக்கமே என்னை தாக்கிறது!

காத்திருப்பிலும் சுகம்
வலியிலும் சுகம் என்றால்..
உன் ஒரு பார்வையே
அனைத்து வலிகளுக்கும் மருந்து!

வலிகளை மட்டும்
நிரந்தரமாய் கொடுத்த நீ
ஏன்?
அதன் மருந்தை மட்டும்
துளி அளவுக்கூட தர மறுக்கிராய்!

ஆனால்,
நீ அன்று பார்த்ததே
இன்று வரை
நான் உயிர் பிழைக்க காரணம்
நீ மீண்டும் பார்க்கும் வரை
இதுவே எனது ஆறுதல்

மீண்டும்...
அதே பார்வைக்காக காத்திருக்கும் நான்!

உன் கண்ணம்மா!

52. அவன் குரல்

நீ போன இடம் தெரியவில்லை, எனக்கு!
தவிக்கிறேன், நான்.

உன்னை பார்க்கவில்லை என்றாலும்

தினமும், உன் குரல்
எனக்கு ஆறுதல் கூறும்
ஆனால், இன்றோ...
அந்த குரல் கூட
என் செவிக்கு கேட்கவில்லை
தவித்து போகிறேன்!

நீ இருக்கிறாய், இல்லையா..
என்பது தெரியாமல் கண்மணி!

53. கற்பனை காலம், பொற்காலமே!

கேட்டு விட்டேன்!
உன்னையும் பார்த்துவிட்டேன்!

என் வருத்த ஓலை கேட்டுவிட்டதோ, என்னமோ!
நீ தான் என்று கண்டு விட்டேன்!

இரண்டு நாளாய்...
மறைந்து மௌனமாய் ஒளிந்து கொண்டாய்

விளையாட நீ விரும்பினாலும்
உண்மைகள்,
எனக்கு முழுமையாய் தெரியும்வரை
நான், விளையாட விரும்பவில்லை

ஏனென்றால்,
என் மனமும், நினைவும் முழுக்க முழுக்க...
உன் வாழ்க்கையின் உண்மையில் மட்டும்
அடங்கியிருக்கிறது, கண்மணி!

அந்த வாழ்க்கையில்,
நான் இருக்கிறேன் என்றால்..
பரவாயில்லை!

ஆனால்,
எனக்கு உன் வாழ்கையில் இடமில்லை
என்றாய்..!

நீ சென்றுவிட்டாய்...

என் வாழ்க்கையில் யாரையும் அனுமதிக்கவும்,
என் மனம்,
இடம் கொடுக்கவும் மறுக்கிறது!

பார்ப்பது வேறு...
இருந்தாலும், நீ மட்டுமே வருகிறாய்

என் நினைவில்...

ஏன்?
கனவிலும் கூட..

54. வீதி

புரிந்துக் கொண்டேன்!

உனக்கும் நான்
சுமையாக மட்டும் தான் இருந்திருக்கிறேன்
அன்று நான் பேசும்போது
உன் அமைதிக்கு பதில் தெரியவில்லை என்பதை
நானே புரிந்துக் கொண்டேன்!

நீ சிந்திப்பாயா
என்று தெரியவில்லை, தோழி!

நான் உன்னை பற்றி தான் யோசிக்கிறேன்,
யோசித்துக் கொண்டும் இருக்கிறேன்!

அது,
உனக்கு தெரியாது! கண்மணி

விடு..
இது தான் வீதி என்றால்...
மாற்றி அமைக்க நான், விரும்பவில்லை
நடக்கட்டும்
நீ விரும்பினால் மாற்றிக்கோ..

என்னமோ, தெரியவில்லை!

அதை பற்றி
நான் யோசிக்கவும் விரும்பவில்லை, கண்மணி!

55. பார்த்தேன், இரசித்தேன்!

ஒருவனை பார்த்தேன்! இரசித்தேன்!

அவனை அல்ல
அவன் பார்வையை...

அந்த இடத்தில்,
நீ இருந்து பார்த்திருந்தால் துளிந்திருப்பேன், நான்...
கண்மணி!

ஆனால், அது நீ இல்லை!

ஏனோ!
நான் விரும்பியவன்
என்னை பார்க்கவே மறுக்கிறான்!

மற்றவர்கள் என்னை விரும்பியும்
உனக்காக... உன் காதலுக்காக...
நான் அனைத்தையும் கொச்சப்படுத்தினேன்.

உன் அன்பிற்க்காக...
நான்.. நான் என்றுமே!

56. நினைவோடு வாழ தயார்.

பார்த்தேன்!
தேடினேன்!
இரசிக்க விரும்பினேன்!
நீயோ, கிடைக்கவில்லை...

என் காதல் நீ தான்
ஆனால்,
உன் காதல், நானா என்று தெரியவில்லை

விடு,
இந்த ஜென்மத்தில்
நீ எனக்கு இல்லையோ, என்னமோ!

அடுத்த ஜென்மத்தில்,
உன்னையே நான் கேட்டும், பதித்தும் விட்டேன்!
என்னை ஏமாத்திவிடாதே

இந்த ஜென்மத்தில்,
உன் நினைவே எனக்கு போதும்!
நீ வரும் என் கனவே எனக்கு போதும்!

நினைவில்...

ஒரு சில நொடிகள்,

உன்னை பார்த்தாலே போதும்.

இந்த ஜென்மம் முழுதும் வாழ தயார்..
கண்மணி!

உன் நினைவோடு என்றுமே வாழ...

57. உண்மையான காதல்!

உண்மையான காதல்!
என்றுமே!
தன் காதலை முட்டாள்தனமாய் நேசிக்கும்!

பிரிந்தாலும்,
உன் மகிழ்ச்சிக்காக மட்டுமே ஏங்கும்!
உன் சிரிப்பிறக்காக காத்திருக்கும்!

ஏனோ,
உன் கண்ணீர் மட்டும்
அவளை குத்தி கிழிக்கும்
மௌனம் அவளை ஊமையாக்கும்

நீ பார்க்கவில்லை என்றால்
அவள் குருடி தான்.
நீ தீண்டாத என் உயிர்
அவளின் மரணம் வரை
கல்லாய் காத்து கிடக்கும்!
பிணமாய் நடமாடும், உயிருடனே!

கண்மணி.

58. நேசிக்கிறேன்!

கண்மணி!

நீ என்றும்,
என் வாழ்வில்...

அழிக்கவே முடியாத
ஞாபகமாய் மாறிவிட்டாய்!

நீ வேறொருவளின் காதலன்
வருங்கால காதல்
வருங்கால கணவன்
என் கவிதை முடிவதற்குள்
அவளின் கணவனாக கூட இருக்கலாம்.

அவன் வேறொருவளின் உயிர் என்றான பின்.
உன்னை காதலிப்பது தவறு என்றாலும்
என்னால் அந்த தவறை
சில சமயம் நடக்கும்!

ஆனால்,
நேசிப்பது என் உரிமை!
இருந்தாலும்,
நீ எனதில்லை என்றதும்
மனம் வெறுத்து விட்டேன்!

வாழ்க்கையை துறந்து விட்டேன்!

59. கற்பனை நாடகம்

கனவிலும் நடக்காத ஒன்று

நினைவில் என்றும்
நான் எதிர்பார்க்காத ஒன்று..
உன்னுடன் மணிக்கணக்கில்
அலைபேசியில் பேச போகும்,
அந்த நொடி!

ஆனால்,
உண்மையில் உன்னுடன் பேசிட
என் அலைபேசி கூட மறுக்கிறது!
நீயும் மறுக்கிறாய்,
கண்மணி!

நேசித்து விட்டேன்
அதனால் உன்னை மறுக்கவும் முடியவில்லை
தூக்கி எறியவும் மனமில்லை
ஆனாலும், நடமாடுகிறேன்
உன்னை வேறொருத்தியுடன் பார்த்தும் உயிரோடு!

கண்மணி!

60. நீ தந்துவிட்டு சென்ற வாழ்க்கை

புரிந்து கொண்டேன், கண்மணி!
நீ சென்று விட்டாய்,
என்னை மறுத்துவிட்டாய்!

ஆனால்,
நீ தந்தது தான் இந்த வாழ்க்கை,
இந்த கவிதை.
என் மீதி கிடக்கும் புகழ்
கண்மணியாய்...

என் கண்மணிக்கே சொந்தம் ஆகிவிட்டது

என் வாழ்க்கையில்...
உன் இடத்தை யாராலையும் மாற்ற முடியாது!
நீ என்றும்,
என் கண்மணி!

பலருக்கு,
நீ புரியாத புதிர் என்றும்!
என் கவிதையில் உயிர்வாழ்வாய்!
என்றும் என் துணையாய்!
என்றும், என் நினைவில் நிற்பாய்!

என் முதல் காதலாய்!

என் வாழ்வில்...
இனி!
உன்னை நேசித்த அளவிற்கு

வேறொருவரை நேசிப்பேனா என்று தெரியவில்லை!
நேசிக்கவும் விரும்பவில்லை!

ஆனால், சூழ்நிலைகள் மாறலாம்

61. அன்பான கணவனின், அழகான மனைவி.

அன்பான கணவன்

தன் மனைவியை...
ஒரு இராணியை போல்
அலங்கரித்து பார்ப்பான், அழகியாய்!

ஒரு இளவரசியை,
இராணியாய் வைத்து பார்க்க தான்.
அவன் தந்தையிடம் பேசி சிறைபிடித்து வருவான்!

இதில்,
அவள் மேல் காதல் இடம் பெற்றது
மனைவியின் நம்பிக்கை இடம் பெற்றிருக்கிறது!

சாதாரணமாய்,
அவள் இராணியாக முடியாது

அது,
பல வருடத்து நம்பிக்கை
சில வருடத்தின் உழைப்பு
காலம் முழுவதும் அவர்களுடன் இருக்கும்,
அந்த காதல்!

62. நன்றிகள்.

நன்றி!
என் கைகளுக்கும்
என் பேனாவிற்கும்,
அதிலிருந்து உதிர்ந்த எழுத்துகளுக்கும்.

ஏனென்றால்,
எழுத்து என் புலம்பலை முகம் சுளிக்காமல் கேட்கும்.
சில சமயம்
என் கண்ணீரையும், வலிகளையும் கூட..
கண்மணி!

அது மட்டுமில்லை என்றால்..
நான் என்றோ வீதியில் இறந்துகிடப்பேன்
ஆனாதையாய்..!

63. அவன் கல்யாணத்தில் நான்!

ஒரு நாள்

அவனின் திருமணம் திருநாள்!

அவன் கல்யாணத்தில்
மனத்தில் கண்ணீர்கள் ததும்ப...
வலியில் இரத்தம் ஒழுக

வெளியில் மட்டும் சிரித்துக்கொண்டு அமர்ந்திருப்பேன்!
அவன் அருகில் மணப்பெண்ணாக இல்லை

ஏதிரில்,
யாரோத்தியாக...
என்றோ ஒரு நாள் அவனை காதலித்தவளாகவும்
அவனுக்கும், அவன் குடும்பத்திற்கும் தெரிந்த பெண்ணாய்!
அவன் ஏதிரில் அமர்ந்திருப்பேன்!

அவனை இறுதியாக
என் காதலனாய் பார்த்துவிட...

என் காதலனாய்..
என் கண்மணியாய்..
கடைசியாய், அவனின் கண்ணம்மாவாக..!

64. என் அலைபேசியில் ஒலி..!

ஒரு முறையாவது
அவன் குரலை கேட்டு விடலாம், என்ற...
ஏக்கத்துடன் அலைபேசி பொத்தானை
அழுத்திய அவள் விரல்கள்...

அதே விரல்கள் எங்களை அழித்தது
மீண்டும் மீண்டும் போட்டு பார்த்தது

கடைசியாய்,
ஒரு முறை கேட்டு விடலாம்
அவன் குரலை என்று அழைத்தேன், நான்...

அலைபேசி ஒலியுடன்
பல எதிர்பார்ப்புகளுடன் காதில் வைத்தால், அவள்!

தேடல்களுடன்
அலைபேசியை எடுத்த அவன்
மௌனமாய் நின்றான்.

65. பிரிந்தாலும், அவனை நேசிக்கிறேன்.

காதல்
தன் உண்மையான காதலையே தேடி அலைகிறது
பல வருடமாய் பிரிந்தும்
அந்த காதல் குறையவில்லை
மறையவுமில்லை
பார்க்கவுமில்லை.

இருந்தாலும்,
தேடுகிறது, ஏங்குகிறது...
தவிக்கிறது - அவனை பார்க்க முடியாமல்
கண்மணி!

அவளின் மூளை புரிந்துக்கொண்டதை
மனம் புரிந்துக்கொள்ள மறுக்கிறது!

ஒரு உறவுக்குள் இருக்கும் சண்டை
பிரிவை சந்தித்தாலும்
காதலுக்குள் சண்டை என்றால்
அது காதலையும், உறவையும் பலப்படுத்தும்
கண்மணி!

உண்மையான காதல் பிரிந்தாலும்

அவர்களுக்குள் இருக்கும் காதல் என்றும்,
அணையா விளக்கு போல்...
ஒளி வீசும், கண்மணி!

66. விவரிக்க முடியாத வரிகள்

இன்று!
நான் பெற்ற இன்பத்தை
வெறும் வார்த்தையால் விவரிக்க முடியவில்லை!

என் மனமோ!
அதை சொல்ல தயங்கி நிற்கிறது
அதனால் தான்,
இந்த வரிகளை எழுதி வைத்தேன்.

அதில், சிலவற்றை அவனுக்காக
கண்மணி!

" என் காதல்
அவனிடம் வந்து சேர்ந்தலிருந்து
அவன் கண்களை கூட,
என் மனம் பார்க்க மறுக்கிறது, கண்மணி!

நூறு பேர் வந்தாலும்,
கண்களை பார்த்து பேசும் நான்.
இன்று, அவன் கண்களை பார்க்க மறுக்கிறது,
கண்மணி!
என் மனம்!

அவன் என்னிடம் பேசி விட்டான்
நானும் பதிலுரைத்தேன்

அந்த சந்தோஷத்தில்
என் மனம் ஆர்பார்கிறது
குதுகலமாய், கும்மாளம் அடிகிறது
அவன் எனதில்லை என்பது தெரிந்தும்!

67. வலிகளுக்கு எல்லை, இல்லை

நாட்கள் கடந்த பின்னும்
அவனையே நேசிக்கும் மனது!

பல வலிகள் இருந்தும்
இதுபோல் எனக்கு வலித்தது இல்லை,
கண்மணி

அவன் எனக்கு இல்லை தெரிந்த பின்
பின் வலிக்கு அளவும் இல்லை,
எல்லையும் இல்லை,
எல்லைகளும் எனக்கு தெரியவில்லை,
கண்மணி!

என் வலிக்கு எல்லைகளும் இல்லை

வலித்தது
வெளியே சொல்லமுடியாத அளவுக்கு
என்னை பார்த்துக்கொள்ள யாருமில்லை,
இடமுமில்லை, கண்மணி!

என் தனிமையும்,
என் பேனாவும் தவிர...

68. இதுவும் என் கற்பனையோ!

இது! முற்று பெறாத கனவு

அவன் யார்?
அவன் பெயர் என்ன?
எதிர்காக அவன் பேசினான்
நான் ஏன் பேசவில்லை?
இப்போது எதற்கு,
அது என் நினைவிற்குள் ஓடிக்கொண்டிருக்கிறது!
புரியவில்லல, கண்மணி!
என்ன நடக்குது என்று தெரியவில்லை

கனவு தானே இது!
அல்லது இதுவும் என் கற்பனையோ!

69. காதலும், ஒரு வித மாயே!

காதலை கண்டு உணர்ந்தவனுக்கு
காதல் என்பது கற்பனையே!

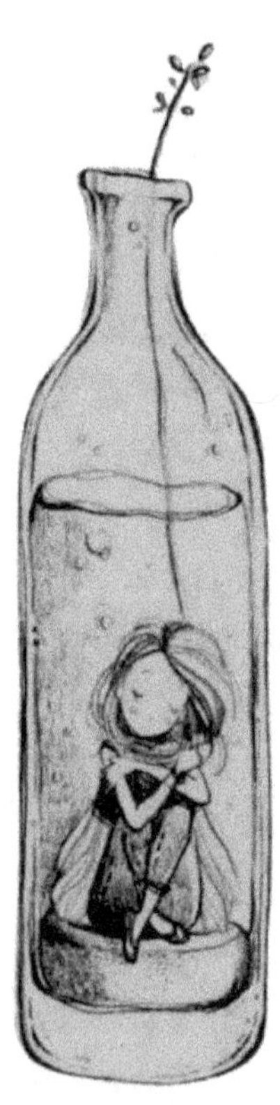

ஒவ்வொரு காதலுக்கும்
பல வடிவங்கள், பல வார்த்தைகள் இணைந்திருக்கும்
அது, நம்மையே சுற்றி வரும்
மாயே, என்று கூட கூறி போகலாம்!

மாயையாக இருந்தால்
என் கற்பனைக்கு எட்டாத என்ன...
ஏனால்,
கற்பனையில் காதலித்தவளுக்கு
மாயை புரியாது, கண்மணி!

உனக்கு சொல்ல வேண்டியதில்லை
உனக்கே தெரியும்
என்னை பற்றியும்,
என் கற்பனை பற்றியும்
இருந்தாலும்,
காதல் மாயே என்கிறாய்..

சரி, ஏற்கிறேன்!

70. என் புது தோழிகள்!

என் வலிகள் மொத்தம்
என் எழுத்துகளே சுமக்கிறது, கண்மணி!

அது எனக்கு
உன்னை போல் ஒரு ஊமை தோழி
என் தனிமைகளை பங்கிட..
ஏன்?
என் பேனாவுமே துணை நிற்கிறது

இன்றளவில் மனிதர்களை விட தனிமை,
பல பரிணாமங்கள் சொந்தமாகிவிட்டது
கண்மணி!
அதில்
என் பேனாவும், வலியும் உயிர் தோழிகள்.

71. தேடல்

கண்மணி!
என் பிறவி கூட...
உன்னை தேடுவதில் தொலைந்திருக்கலாம்
ஆனால்,
இப்போதெல்லாம்...
இல்லையோஎன்று நினைக்கிறது மனம்
அதான் என்னை விட்டு விலகிவிட்டாயோ, நீ!

நீ, என் வாழ்வின் காரணம்

காரணமே இல்லாமல் தேடி செல்கிறது,
என் மனம், உன்னையே!

அது தெரியாதவனா,
அல்லது நான் காதலித்தவனா, இல்லை
இதுவரை எனக்கும்,
என் வாழ்வுக்கும் பழக்கம் இல்லாதவனா..

யார்?
அவன் எங்கிருப்பான்.
எனக்காக காத்திருப்பானா என்னை போல்...
தெரியவில்லை, கண்மணி!

72. மறந்து விடுவேன் என்றாவது!

பேசி போன வார்த்தைகள்
காதோரமாய் பேசி போக...

உன் நினைவு மட்டும் என்னை துறத்துகிறது
நானே,
உன்னைவிட்டு செல்ல முயற்சித்தாலும்
ஏதொரு வகையில் பார்த்து விடுகிறேன்,
கண்மணி!

ஏன்?
நீதான் மறுத்து சென்றாய்
ஆனால், என்னை மட்டும் செல்ல விடமாட்டிகிறாய்

மறக்க முயற்சித்தாலும் முடியவில்லை.

சென்றுவிடு கண்மணி,
என்னைவிட்டு தூரமாய்...
அல்லது,
என்னை மட்டுமாவது போகவிடு..

கடினம் தான்
ஆனால் சென்று விடுவேன்!

உன்னையும், உன் நிறைவையும் மறந்து
என்றாவது!

73. உன்னையும், உன் தவறுகளையும் ஏற்பேன்!

எங்கேயோ பிறந்து
எனக்காக காத்திருக்கும் என்னவனே

நடுசாமம்மான,
இந்நேரத்தில்...
நான் உன்னை நினைத்து கிறுக்குகிறேன்

நீ என்னை பற்றி நினைப்பாயா
அப்படி நினைத்து காத்திருந்தால்...
ஒரு சிறுகாலம் மட்டும் காத்திரு... கண்மணி!

நான் உன்னை சந்திக்கும் நாளன்று
உன் மொத்த காதலையும்..
என்னிடமே கொட்டி தீர்த்துவிடு!
ஆனால்,
கொஞ்சமாய் மீதி வை எதிர்கால வாழ்விற்காக...

எனக்காக காக்கமால் இருந்தாலும்,
பரவாயில்லை... கண்மணி!
உன் தவறுகளையும் சேர்த்து ஏற்பேன்.
ஏன்?
உன்னையும், உன் குறும்புகளையும் சேர்த்து தான்

ஆனால், கண்மணி
இதெல்லாம் உனக்கு அவள் கூறியிருப்பாள்
அல்லவா...

இதை நினைக்கையில்,
என் உதடுகள் சிரித்தாலும்
மனமொ வலியில் கதறுகிறது!

74. நீ, அவளின் உடைமை.

அன்று!
அர்ச்சனைகள், ஆசிர்வாதமாய் அமையும்
உன் அருகில்,
உன் மனைவியாய் அவள் இருப்பாள்...

உன்னை காதலித்ததால்
நான் இங்கு,
கண்ணீர்கள் நிரம்ப இங்கு சிரிப்பேன்

நாளை,
இந்நிமிடம், அவள் உன் வாழ்க்கை!

நானும், என் காதலும்
அர்த்தமற்றவளாய் நிற்போம்.
சிறு நகைப்புடன்!

75. என் வாழ்க்கையில், அவன்!

என் காதலுக்காக,
அவனை நெடுநாள் காக்க வைத்தான், கண்மணி
அவனும் பொறுத்தான்.

பலமுறை,
பலமுறை அவனை உதாசீனபடுத்தினேன்,
கண்மணி!
இருந்தும் விடவில்லை, அவன்.
என்னையும், என் தனிமையும்

பொறுத்தான்
பொறுமையாக எனக்குள் புகுந்தான்

மெல்ல மெல்ல
அவன் காதக்குள் என்னை இழுத்தான்
என்னையும் நேசிக்க வைத்தான்
அவனை காதலிக்க வைத்தான்.

என் தனிமையில்

அவன் என் கைகோர்த்து நடந்தான்
என் தனிமையை கட்டி அணைத்தான்
என்னை அரவணைத்தான்!

76. இது தோழமை என்றால்..

புதிய சகாப்தம் அவன்
என் வாழ்வில்...

என் வீடு
என் சோகம்
என் காதல்
என் கண்ணீர், என் எழுத்து, நான்...
என்றிருந்தேன், கண்மணி!

என் வாழ்வின் மாறுதலாக
புதிய சகாப்தம் தொடங்கியது!

ஆரம்பம் சந்தோஷமாக இருந்தாலும்
மறுபக்கமும், அப்படி இருக்குமோ,
இப்படி இருக்குமோ
என்ற சிந்தனையே ஓடுகிறது, கண்மணி!

புதிய மாறுதல்
புதிய கீதமாய்...
என் வாழ்வில் மாறுதலாய்

எதிர் நோக்கும் அவன்...!

அந்த புதிய பக்கத்து...
நானே நிறைந்திருக்க வேண்டும், என்கிறான்.

இது தோழமை என்றால்...

ஏனோ!
என் மனம் மட்டுமே,
அதற்கும் மேல் என்றது...
இது உறவு என்றால்
அதற்கு இன்னும் பெயர் வைக்கவில்லை,
கண்மணி!

77. என் கட்டிலும், தலையனையும்.

கட்டில் தனிமையில் வாடியது...
நாம் இருவரும்,
கட்டாந்தரையில் உறங்கியதை பார்த்து!
அன்று புரிந்திருக்கும்..
என் தனிமையின் வலி என்னவென்று..

அது நினைத்திருக்கும்,
அவளுக்கு துணை கிடைத்த பின்
என்னை தனிமையில் விட்டுவிட்டாலே என்று!

வேதனையில் வாடுகிறது,
என்னை சுமந்த கட்டிலும்

என் அழுகையும், வலியையும்
பல நாள் கேட்ட தலையனையும்.

ஆனால்,
என் கண்ணீரை வசைபாடிய..
தலையனை மட்டும்!
என் நிம்மதியும், சந்தோஷத்தையும் பார்த்து
சிரித்தது, கண்மணி!

ஏனோ..
என் கட்டில் மட்டும் கோவித்து கொண்டது
வேறு ஒருவன் கிடைத்ததும்,
என்னை உதறிவிட்டாளே! என்று!

78. அதிர்ஷ்டமற்றவள்.

எனக்கு கிடைத்த அன்பை கூட
" போ " என்று விரட்டி விட்டேன்.
ஒவ்வொரு முறையும் போ என்றாலும்
போகமாலே நிற்கும்,
அவன் அன்பு!

ஆனால்,
இந்த முறை பட்டதே போதும்
என்று சென்றுவிட்டது என்னமோ
ஆளே காணவில்லை...
கண்மணி!

நானே சென்றாலும்,
பழைய மாறி அந்த உரையாடல் இல்லை.
இனி, நானே நினைத்தாலும்
என்னை தொடர போவதும் இல்லை, கண்மணி!

நான் அதிர்ஷ்டம் இல்லாதவள்,
அன்பிற்கு மட்டும்!
ஏன்?
காதலுக்கும் கூட தான்.

இந்த விஷயத்தில்,
என்னை புரிந்துகொள்ள..
ஒருவரும் இல்லை என்று வருந்துவதை விட..

என்னையே நான்,
இன்னும் தெரிந்துகொள்ள
இன்னொரு சந்தர்ப்பம், இது!

என...

விட்டுவிடுவதே சரி..!

79. நம்பிக்கை இருந்தால் சொல்லிவிடுகிறேன்

வாழ்கையில்,

ஒரு முறை கற்ற பாடத்தை நினைவுக்கூற..

காதல், ஓர் சிறந்த வழி!

அது,

ஒரு முறை அவனை காதலிக்க வைத்தது
பலமுறை அவனிடம் கூற முயற்சித்தது
கூறியும்,
அது தோல்வியில் முடிந்தது!

இன்று!
அவன் வேறொருவளுடன் மனம் முடித்துக்கொண்டான்.

அவன் ஆனந்தமாய் வாழ்வதை
பார்த்து மகிழ்ந்தேன்!

ஆனால்,
இங்கு நானோ..
காதலின் மீது நம்பிக்கை இழந்துவிட்டேன்.
இருந்தும்,
வேறொருவன் என்னை காதலிக்கிறான்.

என்னால் அவனுக்கு,
அதே காதலை தர முடியவில்லை
ஏதோ ஒன்றை இழந்தது போல் உணர்கிறேன்
மீண்டும்,
என்னால் காதலிக்க முடியவில்லை!

மீண்டும்,
ஒரு இழப்புக்கு
என் மனம் தயாராகவில்லை, கண்மணி!

ஆனால்,
அவன் எனக்காக அனைத்தும் செய்கிறான்
என் மனம் மட்டும்
ஏதோ இழந்ததை போல்..

தள்ளாடி நிற்கிறது!

80. பொய்யான முகம் மட்டுமே!

என் முதல் புத்தகம்
என் காதலுக்காக வெளியிட்டேன், கண்மணி!
என் காதலை வெளியிட்டேன்

அது,
என் ஒருதலை காதல்

ஒருதலையாக நான் மட்டும்!
எனக்கு பிடித்த ஒருவனை நேசித்த காதல், அது!

அக்காதல்,
என் முதல் காதலாக இருந்தாலும்
இன்றுவரை,
அந்த காதலும்,
அந்த பழைய நானும்,
என் பழைய குறும்புதனமும்
அந்த புத்தகத்தில் எழுத்தகளாய் மறைத்து விட்டேன்!
அதே காதல்,
இறப்புக்கு பின்னும் மறைந்தே விட்டது.
ஏன்?
என் கண்ணீரும், சிரிப்பும் கூட...

ஆனால்,
இன்று என் முகத்தில் தெரியும்
இந்த சிரிப்பு.

அந்த சிறு புன்னகைகள் கூட..
அந்த நினைவுகளை மறக்க
நான் போட்டுக்கொண்ட போர்வை, அது!

வலிகளை மறைக்க...
நான் காட்டும் பொய்யான முகம் மட்டுமே,
கண்மணி!

பொய்யான முகம் மட்டுமே!

81. என்னவனே!

என்னவன்
எனக்கானவன் அவன்!

நான் தான்
அவன் முதலானவன், முதன்மையானவன்...!

கண்மணி!
அவன் எனக்கானவனா...
என் நிழல் போல்
என் காதலுக்காக பின் தொடர்ந்தவன்
என் சோகத்தில் கண்ணீராகவும்
என் சந்தோஷத்தில் சிரிப்பாகவும் திரிபவன்.

என் கண்ணீல்
கண்ணீரை காண விரும்பாதவன்

என் புன்னகையாய்
வாழ்நாள் முழுக்க இருக்க விரும்புகிறான்
கண்மணி, அவன்!

82. அவளின் புன்முறுவல்.

நான் விரும்பியவன்
என்னை விரும்பவில்லை என்றான்.

என்னை விரும்பி வந்தவன்
ஏனோ, நாடகமாடிவிட்டு சென்றான்

மறுபடியும்
நானும், என் தனிமையுமே எஞ்சி நிற்கிறோம்

இனிமேல், யாராவது வந்தால்
கொடுக்க என்னிடம் மனதில்லை
இழக்க என்னிடம் தனிமையை தவிர
சொந்தம் என்று உறவாட எவருமில்லை, கண்மணி!

எதுவுமில்லை...
என்று புன்முறுவலிட்டு
இயல்பு வாழ்க்கையை நாடுகிறாள், அவள்..!

83. என் வலியின், வழி!

யாருமில்லாத சமயத்தில் எனக்கு துணையாக
கடவுள் இல்லை
நட்புகள் இல்லை
என்னுடனே அன்று இருந்தது
என் பேனாவும்,
கூடவே என் தனிமையும் தான் இருந்தது
கண்மணி!

என் கவலையும்
என் சோகத்தையும்
என் கண்ணீர்களையும்

சிரித்துகொண்டே பகிர்ந்தேன் ஆனந்தமாய்...

ஆனால்,
எழுதி முடித்த பின் தான் தெரிகிறது
அது,
என் வலிகளின் வழி என்று!

எழுதியதும் மாயமாய் மறைந்தது
என் சோகம்,
என் கோபம் மற்றும் கண்ணீர்.

எழுதி முடிந்ததும்,
அந்த வரிகள் கவிதையாய் படர்ந்தது
கண்மணி!

என் வலியின் ஆறுதலாய்
என் சிரிப்பில் தோழனாய்
தனிமையில் கைகோர்த்து நிற்கும் காதலனாய்
தோள்கள் கொடுத்து நின்றது,
என் பேனா!

84. மீண்டும் குழந்தையாகிறாள்.

காதலனோடு இருக்கையில்...
மீண்டும், ஒரு முறை குழந்தை ஆகிறாள்
கண்மணி அவள்...!

அவன் குறுந்தாடி பிடித்து வரும் சந்தோஷம்
" ஐயோ, வலிக்குது டி " என்று
அவன் கதறலோடு அடங்கும்.

இருந்தாலும்
என் கைகள் மறுமுறையும் செல்லும்
அவன் சிறு ஆட்டு தாடியை இழுக்க
புன்னகையோடு!

85. அலைபேசி எண்.

அன்று,
ஏனோ என் குரலை கேட்க துடித்தவன்
அலைபேசியில் எண்களை பறக்கவிட்டான்
ஒரு நாளுக்கு,
இத்தனை என்று கூட கணக்கில்லாமல்

எடுக்கும் வரை
திருப்பி திருப்பி போட்டு பார்த்தான்.
எடுத்தவுடன்
என்னமோ மணிக்கணக்கில் பேசியவன்

இன்று,
அவள் அலைபேசியும் அடிக்கவில்லை
அவள் அடித்தும்,
நிமிடம் போதும் அதை துண்டிக்க...
அன்று
அவன் மனம் அவளுக்கு என ஏங்கியது

இன்று,
அவளை ஏங்க விட்டு
ஓரமாய் நின்று வேடிக்கை பார்க்கிறது.
வெறும் வாய் பேச்சுக்கு
ஆறுதல் கூறிய படி!
கண்மணி!

அன்று,

அவளுக்கு இருந்த பதபதைப்பு வேடிக்கையானது

ஏனோ,
அவள் காதல் பொய்த்தது
பாசம் வேஷமானது,
அவன் கண்ணுக்கு மட்டும்!

86. ரோஜா.

அன்று முதல் முறையாக...

அவன் முத்தமிட்டான்,
அவளின் உதட்டு ஈரம் கூட காயவில்லை
அன்று,
அவன் கைகள் சென்ற இடமெல்லாம்

இன்றும்,

அதே கைகளை எதிர்பார்த்து வெட்கபடுகிறது
கண்கள் சிவக்க
இன்னும் நினைவில் நிற்கிறது.
என் உடம்பிலும், நினைவிலும், மனதிலும் நிற்கும்.
ஓர் அழகிய காதல் தருணமாய்
உனக்காக நீ
எனக்காக நான் என்றுமே, கண்மணி!

அழகிய ரோஜாவாக!

87. முந்திவிட்டது பிரிவு!

அன்று நான் அழைத்தேன்
நீ வரவில்லை என்றால்,
வேலை இருக்கு என்றாய்
உடம்பு முடியவில்லை என்றாய்,
சரி என்று ஒப்புக் கொண்டேன்!

ஆனால்,
உனக்கு, ஒரு சந்தர்ப்பம் கூடவா இல்லை
ஒரு முறை கூடவா முயற்சிக்கவில்லை

அவனுக்கு கிடைத்த நேரத்தில்
" வா " என்றாய்..

என் குடும்ப சூழ்நிலை முடியவில்லை.

ஆனால்,
என்னால் மட்டும் முடிந்திருந்தால் வந்திருப்பேன்,
எப்படியாவது!
இருந்தாலும், குடும்பம் என்னை தடுத்தது
உன்னை எது தடுத்ததோ, கண்மணி!
சந்தர்ப்பத்தை என் சூழ்நிலை மறுத்தது

இன்று!
இருவரையுமே பின்னுக்கு தள்ளி முந்துக்கொண்டது

பிரிவு!

நான் சந்திக்க வந்துவிட்டேன் என்று!

88. வெறுமையான எனது வாழ்க்கை

அமைதியான,
என் மனம் ஏனோ!
இன்று அலைபாய்கின்றதோ!
தேடுகிறேன்
ஆனால், அங்கு யாருமில்லை...

வலி இருந்தாலும்,
கண்ணீர் வரவில்லை

கனவு இருந்தாலும்,
போக வழிகள் இல்லை

ஏன்??
என் விடியல்கள் கூட எதிர்பார்ப்புகள் இல்லாமல் விடிகிறது!

மனத்தில் காயங்களோடு
கண்ணீல் வற்றிய நீரோடு
சிறு சிறு புன்னகைகளோடு...
மிச்சம் மீதி இருக்கும்
சிறு நம்பிக்கையுடன் நாட்களோ..
அவன் நினைப்போடு நகர்கிறது
மாற்றங்களே இல்லாமல், கண்மணியே!

89. அலைபேசியை பார்த்தபடி

அன்று!

நான் பேசவில்லை என்றதும்
ஓயமால்
ஒலித்த அலைபேசி
இன்று, ஏன் என்றது?

இன்று!
எதுவும் பேசாமல் வாயடைத்துக் கொண்டது
பாவமாய்...

ஆனால்,
அன்று ஏங்காதவள்
இன்று தவிக்கிறாள் சத்தம் கேட்காமல்..
அமர்ந்து விட்டால்,
அலைபேசியை பார்த்தபடி!

90. முகமூடியை அணிந்துக்கொண்டேன்.

அவன் மௌனமாய் இருந்தே
பல நாட்கள் கடந்து போய்விட்டது
இன்று, பேசிவிட வழிகளும் கிடைத்துவிட்டது!

அன்று,
ஒரு வார்த்தை கூறி
என் இதயத்தை சிதறவிட்டாய்

நானும் அதை எடுத்து வலிகளுடனும்
பல காயங்களுடனும் செதுக்கினேன்
இன்று!
ஏதோ வாழ்கிறது எனக்கே சுமையாய்...

சிறு நிம்மதியுடன்
கொஞ்சம் உயிருடனும்
பல பல வலிகள், காயங்கள், கண்ணீர்களுடன்
கூடவே, சிறு புன்னகையும்
ஏந்திக்கொண்டு வாழ்கிறது!

ஏதோ,
சிரிப்பு என்னும் முகமூடியை அணிந்துக்கொண்டு
கண்ணீருடன்!

யாருக்குமே காட்டிக்காமல்...

91. அவனின் சிரிப்பு, என் முகத்தில்

உன் முகத்தை பார்க்கும்போது
எனக்கு படபடவென அடிக்கும் பட்டாம்பூச்சி,
தேன் எடுக்க வரும் பூ போல
உன் உதடுகள் மெதுவாய் நகர்ந்தன...

சூரிய ஒளியில் மலரும் பூவாய்
உன் இதழின் சிரிப்பில்,
உன் முகம் கூட மலர்ந்துவிட்டதே,
கண்மணி!

ஆனால், அந்த சிரிப்பு
என் வாழ்வில் மட்டும் ஏனோ..?
மலரும் நினைவுகளாகிவிட்டதே!

எப்போது நான் நினைத்தாலும்
என் முகத்தில்,
உன் சிரிப்பு தெரியும்.

92. என் தவறு ஒன்றுமில்லை

விழிகள்
அழுதிட மட்டும் பழகி விட்டால்
மற்றவர்களுக்காக..
வெளியில் பொய்யான சிரிப்பை கூடவே சுமக்கும்!
ஒருவரின் வாழ்கையில்
தாய், தந்தை இருந்தும் ஆனாதையாய் உணர்ந்தால்..
அது யாரின் தவறு!
நண்பர்கள் ஆயிரம் இருந்தும்
உண்மையில்...
எனக்காக ஒருத்தருமில்லை நினைக்கையில்
அது யார் தவறு!

நான் காதலித்தவனும்
உன்னை நான் விரும்பவில்லை என்றால்..
அது யாரின் தவறு?

என் முகம் சிரிப்புக்கு பழகவில்லை என்றால்
அது யாரின் தவறு?

என்னை மற்றவருக்கு பிடிக்கவில்லை என்றால்
அது யாரின் தவறு?

அதற்காக
என் விழிகள் நினைக்கிறது

மனமும் அவன் நினைவில் தவிக்கிறது
கண்மணி!

மனமும் அவன் நினைவில் தவிக்கிறது
கண்மணி!

அந்த நினைவை மறக்க
மரணம் ஒன்றே வலி என்றால்..

கூறு, அதையும் முயற்சிக்கிறேன்!

93. விடைபெற்றேன்

இரு நூறு நாட்கள் சேர்ந்திருந்தவள்!

இந்த, ஒரு சிறு நொடி பிரித்துவிட்டது!
அந்த ஒரு நொடி என்னை பழவாங்கிவிட்டது!
அந்த ஒரு சிறு நொடியில்,
நீ யார் என்பதை எனக்கு காட்டிவிட்டது!
அதனால் விடைப் பெற்றுக் கொண்டேன்.

அவன் காதலியாய் அல்ல..
பழைய கண்ணமாவாய் விடைப்பெற்றேன்

என் ஆறுமாத காதலிடமிருந்து
இரு நூறு நாட்கள் கழித்து..

இந்த பிரிவு தற்காலிகமா, அல்லது
நிரந்திரமா என்று தெரியவில்லை!

ஆனால்,
நான் தற்காலிகமாய் மட்டுமே பிரிய விரும்பினேன்
அவனின் நிரந்தர காதலுக்காக..

94. மீண்டும் அவனிடமே!

கண்மணி!
பிடித்துவிட்டது அவனை

என்ன?
மறக்கதான் மறுத்துவிட்டது
ஏன்? என் மனமே சமதித்தாலும்

மீண்டும்,
நீ ஏன் திரும்பி வருகிறாய்...
மாறிக்கொண்டே இருக்கிறது மனம்
மீண்டும், அவன் வருகையால்...

கண்மணி
உன்னிடமே மீண்டும்,
என் மனம் வந்து நிற்கிறது!
மறுபடியும்,
நீ என்னையும், என் காதலையும்
ஏட்டி மிதிக்க..

95. பூக்கிறேன், மலராக!

பக்கங்களும்,
நேரம் போல் கழிகிறது

நொடிக்கு நொடி
எழுத்துகளும், எண்ணங்களும் மாறுகிறது!

நிமிடத்திற்கு நிமிடம் அவனே,
என் ஞாபகத்திலும்,
பேனாவிலும் பூக்கிறேன், மலராக!

96. அந்நினைவுகளை சுற்றியே!

உன் பிம்பங்களும்
நான் உன்னை காதலித்த தருணங்களும்
பாடல் வழியாக..
நினைவுகள் வந்து வந்து போகிறது, கண்மணி!

அன்று,
உன்னை பார்த்ததும்
கற்பனை செய்தவள் தான்,
நான்!
உன்னை பார்த்ததும் குதித்தவள் தான்,
நான்!
கண்மூடிதனமாய்...
கும்மளமாய்...
சுற்றியும் திரிந்தேன்.

அந்நினைவுகள் தான்
என்னை சுற்றி சுற்றி அடித்துக் கொண்டிருக்கிறது

ஆழமாய்...
மௌனமாய்...
மகிழ்ச்சியாய்...
கும்மளமாய்...

அதற்கென தனி பிம்பங்களோடு!

அதற்கென தனி பிம்பங்களோடு!

97. புதிய புத்தகத்தின் தொடக்கம்

முதல் நாள்
முதல் முத்தொடு தான்
அவள் காதல் தொடங்கியது, கண்மணி
அவளே சற்றும் எதிர்பாராத தருணத்தில்..

அதுவரை..
இது வெறும் தோழமை என்று
கூறி சென்றவள்.

சற்றும் எதிர்பாராமல்
அந்த சிறு தருணத்தில்...

அவள் கைகள் கோர்க்கப்பட்டு
இதழ்கள் இணைந்து முத்தத்தோடு தொடங்கியது
அவளின் புதிய புத்தகத்தின் தொடக்கம்,
கண்மணி!

98. காயப்படுத்தி விட்டேன்

காயப்படுத்தி விட்டேன்
என்னையும் அறியாமல்...

இப்போது,
மீண்டும் அவனிடம் பேச மனம் ஏங்குது.

ஆனால், பேச அவனில்லை
என் மனமும் தயங்கிய படியே நிற்கிறது!
தனிமையில்..
மௌனமாய்!
அவனையே எதிர்நோக்கி, கண்மணி!

அழைத்து வருகிறாயா, எனக்காக..

99. மன்னித்து விடு!

மன்னிப்பு!
பல முறை கேட்டு விட்டேன்

மன்னித்து விடு என்றும் கேட்டும் விட்டேன்.

அவன் கோபம் தெளியவில்லை
மறையவும் இல்லை!
நான், என் மேல் தவறு என்றேன்.
அதனால் மன்னிப்பு கேட்டேன்
மன்னித்து விடு என்று!

அவன் கோபம் தணியவே இல்லை
நேரில் இருந்தால்,
என்றோ தணித்திருப்பேன்.

ஆனால்,
என் சூழ்நிலை அவன் இல்லை.
வருகிறேன் என்றவனையும் வேண்டாம் என்றேன்.
மீண்டும் போய் கூப்பிட்டால்...
வருவானா என்றும் தெரியவில்லை

வருவான் என்று நம்புகிறேன்,
கண்மணி!

100. உண்மை தான்

கண்மணி!
அவன் ஏற்கவில்லை என்றாலும்
மறுபடியும் மறுபடியும்
உண்மையை கூறும்
என் இதழ்கள் பொயிக்கவில்லை

நான் உன்னை நேசிப்பதும் உண்மை
உன் மேல் வைத்த காதலும், உண்மை
உன் மேல் உள்ள நம்பிக்கையும் உண்மை
எனக்கு தெரிந்த வரை!

அதற்கு சாட்சி என எதுவும் தேவை படாது!

தேவை பட்டாலும்,
இனிமேல், என்னால் நிருபிக்கவும் முடியாது

அவள் கழுத்தில்,
மூன்று முடிச்சுகள் விழும் வரை..

மீண்டும்
அடுத்த புத்தகத்தில்...